உலகின் கருவறை

பவித்ரா

புக் பென்சர்ஸ்

உலகின் கருவறை
ஆசிரியர் © பவித்ரா

முதற்பதிப்பு 2021
பக்கங்கள் 97

Published by Book Benchers 2021

ISBN 978-93-91423-90-2

ThebookBenchers@gmail.com
Contact 9944992571

Affliateded By
Aelay Publish
www.aelaypublish.com

வாழ்த்துரை

"உலகின் கருவறை" - அம்மாவைப் பற்றிய தொகுப்பு
கவிதை நூல் .
தலைப்பு மிகவும் சரியான உவமை!
அங்கிருந்து துவங்குகின்றது இந்த நூலின் வெற்றி வாகை!
உலகில் மீண்டும் செல்ல முடியாத இடங்களிலே முதலாவது
அன்னையின் கருவறையே!
ஆம், இந்த உலகத்தில் ஈடற்ற உறவு அம்மா தான்!
மனிதர்களுக்கு மட்டுமா, இல்லை இங்குள்ள ஒவ்வொரு
உயிருக்கும், உறவாகவும்,
உயிராகவும் இருப்பது அம்மா தான்!
அந்த ஆகச்சிறந்த உறவைப்பற்றி,
ஆகச்சிறந்த கருத்துக்களோடு,
ஆகச்சிறந்த கவிஞர்கள் இயற்றி,
ஆகச்சிறந்தவர் தொகுத்து,
ஆகச்சிறந்தவர்கள் வெளியிடும்
ஆகச்சிறந்த நூலிற்கும்,
இந்த ஆகச்சிறந்த நிகழ்விற்கு காரணமாக
அத்தனையோருக்கும் என் அன்பு கலந்த வாழ்த்துக்கள்!

- கவிமாமணி.ராம்குமார் வேலுமணி
பல்திறனாளர், பல்விருதாளர்,
கோவை .

உலகின் கருவறை

உலகிற்கு நம்மை அறிமுகம் செய்து, உயிரென நம்மை
நினைத்து,

தன் ஆசைகள் யாவையும் தியாகித்து, தன் பிள்ளையே
தன்னுயிர் உலகம் ,

என கருவில் சுமந்த நாள் முதல் கல்லறை செல்லும்
நாள் வரையில்

வாழும் அன்பின் உருவமான,

தியாகத்தின் பொருளான,

கண்கள் காணும் கடவுளாய் விளங்கும் அம்மா பற்றிய
தொகுப்பு நூல்.

தொகுப்பாளர்

இவர் பெயர் அ.பவித்ரா. மனுநீதி சோழன் ஆண்ட மண்ணில் பிறந்தவர்.

பொறியியல் பட்டம் பெற்று இன்று கவிதைகளின் படைப்பகமாய் திகழ்பவர்.

பள்ளி பருவத்திலே கவிஞர் நா.முத்துக்குமாரின் எழுத்துக்களின் மீது கொண்ட தீரா காதலால் எழுதும் ஆர்வம் இவருக்கு உதித்தது.

தற்போது scribbles_of_pv எனும் புனைப்பெயரில் வாழ்வின் வலிகளை வரிகளாகவும் , கனவுகளை கவிதைகளாகவும் புனைந்திட்டு கொண்டிருக்கிறார் இவ்விள கவிஞர்.

வாழ்வின் எதார்த்தங்களை வரிகளாக்கும் வித்தையின் சொந்தகாரர்.

கள்வனின் கண்ணம்மா என்கிற நூலை தொகுத்து வழங்கியுள்ளார்.

வரிசை எண்	உள்ளடக்கம்
01	ஈடுண்டோ! (கவிஞர் புலி)
02	என்னில் உந்தன் நினைவுகள் (சரண்யா தேவி குமரவேல்)
03	என் மகாராணி (த. அருணா)
04	தாயே வாழ்க்கை (நாமக்கல் செந்தில்)
05	தாய்க்கோர் தாலாட்டு (கவியருவி பா.சரவணன்)
06	தாய்மையே வெல்லும் (வெ.ஹேமந்த் குமார்)
07	அம்மாவின் செல்லச்சண்டைகள் (கார்த்திகேயன்)
08	அம்மாவுக்கு ஒரு கவிதை (கவிதைகளின் காதலன் சேக் உதுமான்)
09	அம்மாவுக்கு கவிதை (கவிஞர் கவின்குமார்)
10	ஒளி கொடுத்த ஒளியே (சந்தியா முரளிதரன்)
11	கருவறை வாசம் (முனைவர் மு.துர்கா தேவி)
12	தெய்வ மகள் (சு.கோகிலா)
13	வார்த்தைகள் இல்லை (பா.பிரியன்பாபு)
14	அன்னையின் அன்பு (லோ.சந்தியா)
15	வலியின் வழி தாய்மை (Indhumathi)

16	என் அன்பு அன்னை (ச.த. ரேணுகா)
17	என் சுவாசமே "அம்மா" (ராஜசேகர்.ஏ)
18	அம்மாவிற்கு பிள்ளைகளின் பரிசு (நெல்லை சதிஸ்)
19	அன்பின் அகராதி அம்மா (சகாவின் சகி)
20	உயிரெழுத்து (தே.ஷாரிகா)
21	கடவுள் தந்த பொக்கிஷம் (ர.லோஹிதா)
22	அன்னையின் பாசத்திற்கு குழந்தையின் தேடல் (ஈ.தவணிதன்)
23	அளவில்லா அன்பவள் அம்மா (பி.மா.வேதா)
24	நின்னை சரணடைந்தேன் கண்ணம்மா (பா.கவுசிகா (பார்கவி))
25	என் அம்மா (திவ்ய தர்ஷினி ர)
26	இடம் கிடைக்குமா? (காவியா செங்கொடி)
27	உலகின் கருவறை (கவிசு.நாகவள்ளி)
28	அன்புள்ள அம்மா (மா.வசந்த்குமார்)
29	இறைவன் தந்த வரம் (அன்புதமிழன்)

47	இவள் உருவில் என் ஆன்மா (தர்ஷினிசிறகுகள்)
48	தாயின் தியாகம் (மு.மாரிச்செல்வி)
49	தரணியாழும் தாயவள் (த.சிந்துகவி)
50	அன்பின் பிம்பமே அம்மா (வி.யோகநந்தினி)
51	காரிகை (Dhayaalini Gunasaigaran)
52	புதிதாக வேர்விடட்டும் (அன்புவேல் வர்மன்)
53	வலிகளை வென்றவள் அம்மா (வெற்றி)

அகிலம் வென்ற பெரும்பொருள்

ஈரைந்து மாதம்
கருவில் சுமந்து,
இவ்வுலகிற்கு என்னை
அறிமுகம் செய்தவளே!

என் பிறப்பு
உனது மறுபிறப்பு,
என்றறிந்தும் என்னை
உயிராய் நினைத்தவளே!

உயிர்போகும் வலியை
கொடுத்த போதிலும்,
உயிராய் நினைத்து
விழியில்வைத்து வளர்த்தவளே!

தனக்காக வாழும்
சுயநல உலகில்
சுயநலம் அற்றவளாய்
எனக்காக வாழ்பவளே!

என் ஆசைகளுக்காக
உன் ஆசைகள்
யாவையும் விடுத்து
தியாகியாய் வாழ்பவளே!

இரவும் பகலும்
இமை மூடாமல்,
இறைவியாய் வந்து
என்னை காத்தவளே!

உன் அன்பிற்கு
உலகமும் ஈடாகாதே!
உனக்கு கவிஎழுதிட
உலகமொழிகளும் போதாதே!

அம்மா என்ற மூன்றெழுத்து
அழகோவிய கவிதைமுன்!
அகிலமென்ற பெரும்பொருள்
சொல்லும் சிறிதாய்போனதே.

-பவித்ரா அறிவழகன்.

ஈடுண்டோ!

அன்னையின் பாசத்துக்கு எல்லையுண்டோ!
அரவணைப்பின் சுகத்துக்கு ஈடுண்டோ!
அம்மாவின் கதகதப்பிற்கு விலைமதிப்புண்டோ!
அக்கறையின் ஆழத்துக்கு முடிவுண்டோ!
அன்பின் தெய்வத்துக்கு அழிவுண்டோ!
அகத்தின் மென்மைக்கு கடினமுண்டோ!
அழகின் இலக்கணத்துக்கு பிழையுண்டோ!
அறிவின் எல்லைக்கு கரையுண்டோ!
அன்னத்தின் சுவைக்கு மாற்றுண்டோ!
அனுபவத்தின் ஊற்றுக்கு அந்தியமுண்டோ!
அடைகலத்தின் கோட்டைக்கு விடுமுறையுண்டோ!
அனுதினத்தின் சொர்க்கதுக்கு பூட்டுண்டோ!
அழுகுரலின் ஓசைக்கு இடமுண்டோ!
அனுசரிப்பின் பண்புக்கு மாற்றமுண்டோ!
அற்புதத்தின் முந்தானைக்கு நிகருண்டோ!
அந்திமாலையின் தாலாட்டுக்கு இணையுண்டோ!
அமிர்தபாலின் தியாகத்துக்கு சமரசமுண்டோ!
அடிவயிற்றின் தழும்புக்கு கைமாறுண்டோ!
அகல்விளக்கின் ஒளிக்கு மறைவுண்டோ!
அகிலத்தின் இறைவனுக்கு மறைவுண்டோ!

-கவிஞர் புலி

என்னில் உந்தன் நினைவுகள்

உன் கழுத்தை கட்டிக்கொண்டு கதை
சொல்லிய பள்ளிப்பருவ நாட்கள்!
நீ இட்ட இரட்டை சடையில்
கண்டிப்பாக பூ வேண்டும்
என்று அழுத நாட்கள்!
சிறிதாய் செய்த சேட்டைக்காக நீ
விளக்கமாறுடன்
வீட்டை சுற்றிய நாட்கள்!
உன்னுடன் உரலில் ஆட்டி
வேலை செய்ததாய்
அலட்டிக் கொண்ட நாட்கள்!
நீ தரும் ஞாயிற்றுக் கிழமை
தோசைக்காக விரைவில்
எழுந்து ஐஸ் வைத்த நாட்கள்!
உடன் பிறந்தோனை நீ குளிப்பாட்ட உன்னுடன்
அவனுக்கு கதை சொல்லிய
நாட்கள்!
உன் உதவிக்காக இவள் சமைக்க கற்ற நாட்கள்!
மணமுடித்து உணருகிறேன்
என்னில் உன்னை!

-சரண்யா தேவி குமரவேல்.

என் மகாராணி

என் முகத்தை பார்ப்பதற்கு முன்னே என்னை நேசிக்க
ஆரம்பித்தாள்
என்னை இந்த உலகிற்கு அறிமுக படுத்தவே இவள் மறு
பிறவி எடுத்து வந்தாள்
தன் சோகத்தை மறைத்து என் சிரிப்பிற்க்கு இவளும் சிந்து
பாடினாள்
இவளின் கருவறையை விட நான் நன்றாக உறங்க வேறு
இடம் இல்லை என்று நினைக்கயில்
இவள் மடி தந்து அதனை இரண்டாம் கருவறையாக்கினாள்
அந்த தெய்வம் கூட பொறாமை கொள்ளும் இவளின் அன்பை
கண்டு
ஆனால் நானோ இவளை கண்ணீர் சிந்த வைக்கிறேன்
என் திருமணத்தில்
மறு பிறவி எடுத்தாலும் நான் உறங்க இவள் கருவறை
வேண்டும்!

- த. அருணா

தாயே வாழ்க்கை

உயிரா பிறந்த உள்ளம் எல்லாம்,
துடித்து கொண்டே தான் இருக்கிறது,
உடலுக்கு சதை தந்து,
உருவத்தில் மூச்சு தந்து,
தன் உணர்வில் பாதி தந்து,
நாம் வளர பால் தந்து,
வளர்ந்த பின் ஊட்டி கொடுத்து,
ஆடைகள் பல வாங்கி கொடுத்து
உறவுகளை அடையாளம் காட்டி,
உயிருக்கு பயத்தை காட்டி,
உணர்வுக்கு மதிப்பு காட்டி,
உள்ளத்துக்கு தூய்மை காட்டி,
அறிவுக்கு கல்வி காட்டி,
ஆபத்துக்கு அடைக்கலம் தந்து,
வாலிபம் வந்ததும்,
நல்ல துணையை தேடி தந்து,
இறுதியில் நம் சந்தோச வாழ்க்கையை
தூரமாக நின்று வேடிக்கை பார்க்கிறாள்,
தாய் ஒருத்தி,
இவண் சந்தோசத்தில்
இனி நாம் எதற்கு இடையில் என்று கலங்கத்தோடு!

-*நாமக்கல் செந்தில்.*

தாய்க்கோர் தாலாட்டு

எனை பிரிந்த தாயே
என்னையும் கூட்டிச்செல்ல
மறந்தாயே!

எங்கு சென்றாலும்
கூட்டிச் செல்வாயே
இன்று தனியே தவிக்க விட்டுச் சென்றாயே! ஏனம்மா ?

பூ மொட்டு போல்
இருந்தாயே - இன்று
பூவை போல் உதிர்ந்தாயே !

எங்களுக்காக ஓயாது
உழைத்தாயே - உடல் மெலிந்து
இளைத்தாயே !

எனக்காகவே வாழ்ந்தாயே
கண் கொண்டு எனை காணாமலே
இறந்தாயே !

காணக் கிடைக்காத
தெய்வமாக நின்றாயே
காற்றில் கரைந்த
கற்பூரமாக ஆனாயே !

மனக்குழியில் வைத்து
பாதுகாத்தாயே - இன்று
சவக் குழியில்
புதைந்து போனாயே !

நான் அழுவதை
பார்த்திராத தாயே - இன்று
நீயே அழ வைத்து விட்டாயே !

அய்யகோ அம்மா
எங்ஙனம் தேடுவேன்
இனி உன்னை - ஆறவில்லை நெஞ்சம்
தலைசாய்க்க தேடுகிறேன் உன்
மடியென்னும் மஞ்சத்தை!

என் மண ஊர்வலம்
காண்பாய் என நினைத்தேனே - உன்
இறுதி ஊர்வலம் பார்த்து திக்கற்று நின்றேனே !

மீண்டும் இம்மண்ணில்
வந்து பிறந்திடு தாயே
எம்மகளாக எனக்கு
அருள் புரிந்திடு தாயே!

-கவியருவி பா.சரவணன்.

தாய்மையே வெல்லும்

கருவறையில் வளரும்
சிசுவுக்கு தெரிகிறது,
இருண்ட வானமும்
இவளடையும் வலிகளும்:
குழந்தை பிறந்ததும்
தாய்ப்பால் கொடுக்கிறாள்,
தன் தாயை இழந்த தாய்!

பிறந்த உயிரை வளர்க்க
தன் ஆசைகள் அனைத்தையும்
கண்ணீரால் கழுவுகிறாள்,
வெளுத்து சுருங்கி தவிக்கும்
தாயின் முகத்தில்
தலைமுறைக்கான வெளிச்சம்!

ஒவ்வொரு விடியலும்
நீண்ட இருளை கொடுக்கிறது,
தாய்மையின் மேன்மை
மீண்டும் அழுது சிரிக்கிறது;
தாய்க்கு என்றும்
தோல்வியே இல்லை...
நிரந்தரமாக தாய்மையே வெல்லும்!

-வெ.ஹேமந்த் குமார்.

அம்மாவின் செல்லச்சண்டைகள்

மழலை என்னை
எறும்பு கடித்தது
அள்ளி கொட்டினாள்
வார்த்தை சர்க்கரையை!
தவழ்ந்து சென்று
தழும்புகள் வாங்கினேன்
அப்பாவி தரை
அறைகள் வாங்கியது!
நடந்து சென்றதால்
நகத்தில் விபத்தானது
சிறுகல் சிக்கிக்கொண்டது
அம்மாவின் முனகலுக்கு!
ஊஞ்சல் சேலையில்
தவறி விழுந்துவிட்டேன்
உரித்துவிட்டாள் சேலையை
துணிதுவைக்கும் சாக்கில்!
ஓடி விளையாடி
முட்டிக்கொண்டேன் கதவில்
முட்டிய கதவிற்கு
மூடுவிழா நடத்திவிட்டாள்!
வெட்கை வேளையில் நான்குளிக்க
வெகுளியாய் வெந்நீர் சுட்டுவிட்டது
அம்மா வெடித்து கொட்டியதால்
வெந்நீர் குளித்துவிட்டது கண்ணீரில்!
பக்கத்துவீட்டு பரதன் அடித்ததில்
படாதஇடம் பட்டுவிட்டது
அம்மா பரதநாட்டியம் ஆடியதால்
விரதம் இருந்தானவன் அன்னமின்றி!
என்னை திடீரெனவந்து

மோதிய மழைத்துளிகளை
வெப்பத்தில் வேகவைத்து
தாகத்திற்கு பலிகொடுப்பாள்!
அழகில்லா எனக்கு
அன்னம் ஊட்ட
அழகான நிலவை
அகோரி ஆக்குவாள்!
பள்ளி முடிந்து
கில்லி ஆடினேன்
புருவத்தில் புள்ளிவைத்தது
பூபாலன் அடித்தகில்லி
அம்மா பூகம்பமாய் புரட்டிவிட்டாள்
பூபாலன் புரண்டுஅழுது புழுவாகும்வரை!
இன்றளவும் சண்டைதான்
அம்மாவிற்கும் பிரம்மாவிற்கும்
என்பிள்ளைக்கு நிகரான
பெண்ணை படைக்க
துப்பில்லாத கடவுளென்று!

-*கார்த்திகேயன்*.

அம்மாவுக்கு ஒரு கவிதை

எங்கெல்லாமோ சுற்றி திரிந்தேன்
உண்மையான அன்பிற்கு
எங்கு தேடியும் கிடைக்கவில்லை
இறுதியில் தான்
அறிந்து கொண்டேன்!
அன்பு என்ற ஒன்று பிறப்பதே
அன்னையிடமிருந்து தான் என்று!

உலகில் அனைவருமே
கவிஞர்கள் தான்
ஏனென்றால்,
நாம் பிறந்த பிறகு பேசும்
முதல் கவிதை "அம்மா"!

அன்பை தன்வசம் அடிமையாக்கி
அழகாய் ஆழும் ராணி அவள்!
பாசத்தின் மறுஉருவமவள்!
கோபத்திற்கு அர்த்தம் தெரியாதவள்!

முதல் முத்தம் பதித்தவள்
கலப்படமில்லாத காதல் அவள்

அன்று நடைபழகி
விழும் போது தாங்கியவள்
இன்றும் விழும் போதும்
தன் கரங்களால் தாங்கி கொண்டு
தான் இருக்கின்றாள்!

தன்னம்பிக்கையின்
அடையாளம் அவள்!
அறிவுரைகளின்
அஸ்திவாரம் அவள்!
ஆனந்தத்தின் அடையாளம் அவள்!

இறைவன் படைத்த
முதல் கவிதை "அம்மா"!
இந்த உலகம் சொல்லும்
முதல் கவிதை "அம்மா"!
இந்த உலகம் கேட்ட
முதல் கவிதை "அம்மா"!
இந்த உலகம் ரசித்த
முதல் கவிதை "அம்மா"!
இந்த உலகிற்கே
முதல் கவிதை "அம்மா"!
பொய்கள் கலக்காத
கவிதையும் "அம்மா"!

உன்னால் தான் உயிரெழுத்துக்கு
உயிர் வந்ததனவோ 'அ'ம்மா!

இருட்டில் கிடக்கும் நம் வாழ்விற்க்கு
வெளிச்சம் காட்டியவள் "அம்மா"!

தன்னை பற்றிய நினைவை மறந்து
நம்மை பற்றியே நினைத்து வாழும்
ஓர் உயிர் "அம்மா"!

முழுமையாக வர்ணிக்க
இன்னும் வார்த்தைகள் கிடைக்காத
கவிதை "அம்மா"!

இறைவனுக்கு கோடான கோடி
நன்றி செலுத்துங்கள் இப்படியொரு
உன்னதமான உறவை படைத்து
நம்மை அரவணைத்ததிற்காக!

என்னை சுவாசிக்க வைத்தவளுக்கு
நான் வடித்த முதல் கவிதை இது!

தாயை நேசிக்கும் அனைவருக்கும்
என் கவிதை ஒரு சமர்ப்பணம்!

- சேக் உதுமான்.

அம்மாவுக்கு கவிதை

வீட்டிலே தெய்வம் இருக்கு
எதற்கு போகனும் கோவிலுக்கு
பத்து மாதம் சுமந்து பெற்றவள் தான்
என்றைக்கும் குல சாமி நமக்கு

வெள்ளை மனம் கொண்டியிருப்பால்
பிள்ளை உடனே இருந்திடுவாள்
அவள் பாசத்துக்கு ஈடேது
இந்த உலகத்திலே
அவளைக் காட்டிலும் சிறந்த தெய்வம் இங்கேதுமில்லே!

என் அம்மா சுட்ட
தோசையின் அருமையை,
என் பொண்டாடி சுட்டாலும்
பேசுமடா
என் நாக்கு
அவளது பெருமையை!

எனக்கு தித்திக்கும்
காதலி வேண்டாம்
தினம் தினம்
என்னை திட்டித்திர்க்கும்
இவளின் பாசம் போதும்!

என்னை வயிற்றில் சுமந்ததற்காக
அடுத்த ஜென்மத்தில்
உன்னை
மார்பில் சுமக்க வேண்டும்
நான் உந்தன் தகப்பனாக!

எமனிடம் உள்ளது
பாசக் கயிறு
என்னை மகனென்று
உறவு கொடுத்தது
உந்தன் தொப்புள் கயிறு!
அது உயிரை எடுப்பது
இது உயிரைக் கொடுத்தது!

மறவேன் அன்னையே
நான் என்றும் உன்னையே!

- கவிஞர் கவின்குமார்.

ஒளி கொடுத்த ஒளியே

நீ அவளுள் உருப்பெற்ற நொடியில்
பெண்மையின் பெருமையை
உணர்ந்தவள்!
அவள் இமைகளாகிய சிறு கருப்பையில்
பாதுகாக்கப்பட்ட கருவிழியே!
உன்னுடைய வரவை எதிர்நோக்கி
மாதங்களை யுகங்களாக
கடந்தவள்!
மேடிட்ட வயிற்றில் தடவி
அன்பு நீர் பாய்ச்சி
வளர்த்தவள்!
கை வளை குலுங்களால்
பூரிப்புற்ற நீயோ அவளை
உதைத்தாய்!
அதன் மூலமே அவள்
உன் உயிரோட்டத்தை
உணர்ந்தாள்!
உன் பிறப்பால் நேர்ந்த வலி-அதுவே
உன் வாழ்வு தொடங்கிய வழி!

- சந்தியா முரளிதரன்.

கருவறை வாசம்

உன்
செங்குருதியால் கருக்கொண்டேன்
உன்னில்!
நீ
உயிர்த் தந்தாய் என்னில்!

மசக்கையில் மயங்கி!
குமட்டலில் கிறங்கி!
அன்னமிறங்காமல்!
ஆகாரம் செரிக்காமல்!
பட்டினியாய் கிடந்தாய்!

நின்றால்!நடந்தால்!எழுந்தால்!
எங்கே கலைந்து போவேனோ
என்றெண்ணி
பார்த்துப் பார்த்துப் பாதம் பதித்தாய்!

ஊதிய பலூன் போன்ற
உப்பிய வயிற்றில்
தெளிந்த என்னைத்
தொட்டுப் பார்த்து!
தடவிப் பார்த்து!
பேரின்பம் கண்டாய்!

ஈரைந்துத் திங்கள் தெவிட்டாமல்
எனைச் சுமந்தாய்!

நீ
முக்கி! முணங்கி! அழுது! அரற்றி!
விம்மி! வியர்த்து! கதறி!
உன் யோனி கிழித்து
என்னைப் பூமி பார்க்கச் செய்தாய்!

பத்தியம் கிடந்தாய்!
எனக்கான பக்குவம் பார்த்தாய்!
உதிரம் உருக்கி பாலமுதம் கொடுத்தாய்!

என்னைத் தோளில் சுமந்து கொண்டு
நீ
கால் கடுக்க கல்லிலும் முள்ளிலும் நடந்தாய்!

உன் முந்தனைத் தொட்டிலே
எந்தன் பஞ்சணையானது!
உன் ஆரிராரோவே எந்தன் கீதமானது!
உன் கைவிரல்களே
எந்தன் நடைவண்டியானது!
தேய்ந்து போகும் நிலவைக்காட்டிச் சோறூட்ட
விழைகின்றாய்!
உன் முகமே எனக்குப் பௌர்ணமியானது!

பாசத்தைக் கொட்டி!
பண்பினைக் கூட்டி!
கண்டிப்பை கடமையாக்கி!
நன்றியை வித்தாக்கி!
என்னை நல் விருச்சமாக்கினாய்!

அகரம் கற்றுத் தருகையில் ஆசானானாய்!
என்னைப் பொறுப்பாக்குகையில் தந்தையானாய்!
என் துக்கத்தைப் பகிர்கையில் தோழியானாய்!
என் குறும்புகளை சகிக்கையில் தமக்கையானாய்!
உன் மரணம் வரைச் சென்று
எனக்கு ஜனனம் கொடுக்கையில்
நீ எனக்கு இறையானாய்!

என்
தாயே!!!
உன்னை எப்படியடி வர்ணிக்க முடியும் என்னால்!

நீ எனக்குத்
தமிழா?!
இசையா?!
மொழியா?!
கானமா?!
காதலா?!
அன்பா?!
அழகா?!
அறிவா?!
இயற்கையா?!
இன்பமா?!
உயிரா?!
உறவா?!
எதுவாயினும் நீயின்றி நானில்லை!
உன் நினைவின்றி என் நிஜமில்லை!

எனக்காய் அர்பணித்தாய்
உன் வாழ்வின் பெரும்பாதியை
இனி
உனக்காய்
என்ன பெரிதாய் கேட்டுவிடப் போகிறாய்
என் அன்பினைத் தவிர!
கோடி யுகம் கடந்தாலும்
உன் தியாகத்தை என்னால்
ஈடு செய்ய இயலாது
தாயே!
நீயே எந்தன் பெருவாழ்வு!

- மு.துர்கா தேவி.

தெய்வ மகள்

தன்னை மறந்தவள்!
தன்னலம் இல்லாதவள்!
தாய்வீடு துறந்தவள்!
என்னை ஈன்றவள்!
தன் வலியை மறைத்தவள்!
அன்பின் சிகரம் அவள்!
அணைப்பில் பறவையவள்!
புன்னகையின் புதல்வி!
முத்தங்களின் முதல்வி!
அம்மான்னு கூப்பிட்டா ஓடிவருவா!
சாப்பிடலன்னா!
ஊட்டி விடுவா!
சோர்ந்துபோன தைரியந் தருவா!
தோற்றுப்போனா தோள் கொடுப்பா!
தப்பு செஞ்சா தட்டிக்கேட்பா!
சாமாதனம் செய்ய கட்டிபிடிப்பா!
என் ஆசையை நிறைவேற்ற!
சிறுபாட்ட, தூக்கிதருவா!
அவ தூக்கத்த மறப்பா!
நான் தூங்க அவ ரசிப்பா!

தலவலின்னு படுத்ததில்லே!
சமைக்க மறந்த நாளில்லை!
எனக்கு ஒன்னுனா அவ துடிப்பா!
தனக்கு ஒன்னுனா மூடி மறைப்பா!
அவளுக்குன்னு எதுவுமில்லை!
எங்கள தவிர வேற உலகமில்லை!
அவ பாசத்துக்கு விலையயில்ல!
அன்புக்கு அளவில்ல!
எங்கள பிரிஞ்சு இருந்ததில்லை!
அம்மா! அம்மா!

-*சு.கோகிலா.*

வார்த்தைகள் இல்லை

ஆதியும் அந்தமும்
காணமுடியாது என்பர் மூடர்கள்
நான் ஆதியைக் கண்டேன்!
இருள் சூழ்ந்த நிலையில்
ஆதியைக் கண்டேன்!

அங்கே அடிக்கடி சில குரல் கேட்கும்!
அதைக் கேட்டு கை கால்களை உதைப்பேன்!
உதைத்தபின் எனக்குச் சிறு புன்னகை சத்தம் கேட்கும்!
அந்தச் சத்தம் யாருடையது?
என்று கேட்க ஆர்வம்!

ஒரு நாள் அக்குரலைக் கேட்க
வெளிவந்தேன்!

அன்றிலிருந்து இன்றுவரை நான் இருளில் முழ்கவில்லை!

காரணம்!

அவள் தியாகம்!
அவள் பாசம்!

ஒரு பிடி சோறு இருந்தால்
அதை எனக்குக் கொடுத்துவிட்டு அவள் பட்டினி கிடைப்பாள்!

ஆயிரம் தவறுகள் செய்தேன்!
ஆயிரம் அடிகள் கொடுத்தாள்!
அந்த ஆயிரம் அடிகளும்
அவள் தியாகத்திற்கு முன் வலுவிழந்தது!

அம்மா!
உயிரும்,மெய்யும்! தந்த உனக்கு
கவி எழுத என்னிடம் வார்த்தைகள் இல்லை!
ஒரு கவிஞனாக உன்னிடம் தோற்றேன்!

-பா.பிரியன்பாபு.

அன்னையின் அன்பு

அழகிய மலர் அவள்.
அவளின் வயிற்றில் உதித்த வெண்ணிலவு நான்.
கவலையோ, வெற்றியோ,
மகிழ்ச்சியோ, துன்பமோ
எது என்னை நெருங்கினாலும்
அவள் என்னை அரவணைத்துக் கொள்வாள்.
எந்த ஒரு குறையில்லாத,
விலைமதிப்பற்ற,
உண்மையான அன்பு ஒன்று
உள்ளதெனில் அது
அன்னை அவளின் அன்பு மட்டும்தான்.
அவள் செய்த தியாகத்திற்கும்,
அவள் காட்டிய அன்பிற்கும்,
அவளுக்கு எத்தனை முறை நன்றி சொன்னாலும் அது
ஈடாகாது!

- *லோ.சந்தியா.*

வலியின் வழி தாய்மை

அன்பின் பிறப்பிடமோ
அறிவின் புகலிடமோ;
அன்பின் இலக்கணமே
இன்னல் பல கண்ட இலக்கியமே;

கண்களில் நீர் வழிய
இதழ்களில் புன்னகை பூப்பவளே
கருவரை பாரமோ பத்து மாதம் தான்
தோலில் சுமந்த பாரமோ ஆயுள் உள்ளவரை தான்...

இரத்தத்தை பாலாக்கி
கண்ணீரை உரமாக்கி என்னை வளர்த்தவளே...

காலங்கள் கடந்தும்...
கண்களில் ஈரம் குறையயவில்லை
கடந்து வந்த பாதையை பார்த்தால் முட்கள் அன்றி
வேறில்லை....

ஏணியாய் உன்னை மிதித்து
என் கனவை எட்ட போராடினேன்;
தொட்டிலாய் நான் மாறி
உன்னை தாங்க வேண்டினேன்...

என்னை நீ சுமந்த நாட்கள் மாறி
உன்னை நான் சுமக்கும் நாட்களை எண்ணி நான்!

-Indhumathi.

என் அன்பு அன்னை

இரவின் இருள்
சூழ்ந்த வானம்போல்
இருளில் வைத்து
உருபெறச்செய்தாலும்
ஆண்டவன் ஏன் நிலவையும்
நட்சத்திரமும் இந்த அறைக்குள்
படைத்திடவில்லை என்று
நினைத்திருந்தேன்!

பின்பு உணர்ந்தேன்!

சுமப்பதே சந்திரன்தான்
உள்ளிருந்து உருப்பெறும் நட்சத்திரமே நான் என

ஓயாது ஆர்ப்பரிக்கும்
அலைகள் கூட
ஒரு நாள் விடுப்புக்கு விண்ணப்பிக்கலாம்!
ஆனால் இவள் ஒருநாளும்
ஓய்வுபற்றி நினைத்திடாள் !

கருவறையில் உயிரை வைத்து வளர்த்ததுபோல் வெளிவந்து
வளர்ந்த பின் பெரும் நம்பிக்கையூட்டி வளர்த்திடுவாள் !

தறுதலை என்று உலகமே வெறுத்தாலும் கூட
தபால்தலையாய்
இடம்பெறும் அளவுக்கு தன்னம்பிக்கையூட்டி
செயல்புரியவைத்து
உயர்த்துவாள் !
அறுசுவை உணவுகளை அன்றாடம் அலுக்காமல்
சமைத்திடுவாள்...

அன்பாய் ஊட்டிடுவாள் !

பிழைகளை பொறுப்பாள்
பூமாதேவியாக - அன்பாய்
அதட்டி அறிவுரைகள்பல கூறி
பிழைகள் மீண்டும் புரியா வண்ணம் அரவணைத்துக்
காத்திடுவாள் !

தைரியத்தின் சிகரமாய்
இருப்பாள் - தன்னலமின்றி பாசம் பொங்கிட தன்
பிள்ளைகளை
நன்கு வளர்பாள் !

தான் எத்தனை எளிமையாய் இருந்தாலும் அத்தனை
வலிமையாய் வளமாய் நலமாய்த்
தன் பிள்ளைகளை வீட்டின்
இளவரசர்கள் போல்
இளவரசிகள் போல்
உணரவைக்கும் அன்பின்
அரசி அவள் !

உறுதியோடு உழைத்தால்
உன்னால் யாவும் முடியுமென
உறுதியை கூறி துணை நின்று உயர்த்தி அழகு பார்ப்பாள் -
பெரும் மகிழ்ச்சி அடைவாள் !

என் அன்னை அவள்!
என் அம்மா அவள்!
என் தாய் அவள்!

- ச.த. ரேணுகா.

என் சுவாசமே "அம்மா"

ஆயிரம் வலிகளை கடந்து வந்தாள்
ஆளாக நான் வளர
தோட்சுமைத் தாங்கி நின்று
தோல் மீதுப் போட்டு வளர்த்தாள்
தோகலிப் போல் வளர்த்துவிட்டாள் !

ஆசைகள் தனக்கென்று ஒன்றுமில்லை
ஆறாக நான் போக
ஓடா உழைக்கின்றால் !
பாசடம் போல் நான் சிவக்க
பாசம் கொட்டிப் பார்த்து வளர்ப்பாள் !

தன் வலிகளைப் பொருட்படாமல்
அன்பு பிள்ளையை காத்திடுவாள் !
பாசம் குழைத்துப் பேசிடுவாள்
பாலும் சோறும் ஊட்டி மகிழ்வாள் !

அத்தைகள் கொஞ்சி நாளும்
அம்மாமுன் கூடாது, அத்தைகள் கேலிச் செய்தால்
அம்மாவுக்கு கோவம் வரும் !
காகொடிக் கசப்புகளை சேராமல் காலம்வரை பார்த்திடுவாள் !

ஜென்மம் ஒன்று கிடைக்குமானால்
தாய் பிறவிக் கேட்டிடுவேன்
என் தாயவளைப் பெற்றெடுத்து
தரணி வியக்கப் போற்றிடுவேன் !

-ராஜசேகர்.ஏ

அம்மாவிற்கு பிள்ளைகளின் பரிசு

தவமாய் தவமிருந்து பெற்றெடுத்து!
தன்னம்பிக்கையோடு இவ்வுலகிற்கு நம்மை அறிமுகம்
செய்து!
அன்பினை அளவில்லாது நமக்குள் கொடுத்து!
ஆசை வார்த்தைகளால் அனுதினமும் கொஞ்சி மகிழ்ந்து!
தாலாட்டி, தாய்ப்பாலூட்டி,
ஆற்றல் நிறைந்த சக்தியை
நமக்குள் அளித்து!
ஆயுள்வரை பாசம் கொண்டு!
ஆழமான வாழ்வை அழகாக கழிக்க,
நான் பட்ட துன்பம்
என் பிள்ளைபடாதிருக்க வேண்டுமென்று,
நான் படிக்காதவைகளையும்
என் பிள்ளை படிக்க வேண்டுமென்று நினைத்து!
அதற்கவள் பட்டபாடுகள் எத்தனையோ!
பள்ளியில் படிக்கச் செய்து,
கல்லூரியில் பட்டம்பெறச் செய்து!
வாழ்க்கைக்கு திருமணம் என்று
துணை அமைத்து கொடுத்த
அம்மா என்ற அடிப்படை தெய்வத்திற்கு !
சில பிள்ளைகளின் நன்றிகளோ
முதியோர் இல்லம் தானோ?

- நெல்லை சதிஸ்.

அன்பின் அகராதி அம்மா

அகல் விளக்காய் என் வாழ்வில் ஒளியாகி என்னை
ஆதரித்த அன்னையே!
ஊமையாக உன் திறனை மறைத்துக் கொண்டு
என் ஆசையை நிறைவேற்ற துடிக்கிறாய்!
மூன்று முறை நான் உணவு உண்டும் நான்காவது முறையும்
நான் உண்ண வேண்டும் என்று துடிப்பாள்.
ஆனால் பாவம் அந்த பேதை ஒரு முறை கூட அவள்
உண்டிருக்க மாட்டாள்.
மண் குலைந்து சிலை வடிப்பாள் அவள்.
ஆனால் என் காலில் கூட அவள் மண் ஒட்ட விட்டதில்லை!
எனக்கோ பஞ்சி மெத்தையை தந்து விட்டு,
அவள் களைப்பு தீர்க்க கட்டாந்தரையில் உறங்குவாள்.
"நான் படித்தவள்" என்ற அகந்தை சிறிதுமின்றி,
தலையில் பாரம் சுமந்து என்னை படிக்க வைத்தாள்.
அவள் ஆசை என்னவென்று நான் கேட்டதில்லை,
ஆனால் அவளோ, என் ஆசையை நிறைவேற்றி அவள்
ஆசையை தீர்த்துக் கொள்வாள்.
நம் விருப்பங்களை அறிந்த விஞ்ஞானி அவள்!
நம் வேதனை தீர்க்கும் தேவதை அவள்!
ஊக்கமளிப்பதிலும் சரி, நமக்கு ஊட்டிவிடுவதிலும் சரி,
தாயைப் போல பார்த்துக் கொள்ள ஒருவருமில்லை
இவ்வுலகில்.
பட்டம் பெற்ற அவள்,
தன் குழந்தைகளே உலகமென்றெண்ணி அடுப்படியையே
தஞ்சமாக்கினாள்.
ஆனால் நாம் பட்டம் பெற்று நிர்வாகம் செய்வதை கண்டு
அவள் ரசிப்பாள்.
நாம் மகிழுந்தில் செல்வதைக் கண்டு,
மகிழ்ச்சியாய் அவள் நடந்து செல்வாள்.

மாத்து துணியின்றி ஒரே சேலையை மாத்தி மாத்தி அவள்
கட்டுவாள்.
ஆனால் அவளிடம் பத்து பைசா இருப்பினும்,
எனக்கு பத்து சட்டை வாங்கி தந்து அழகு பார்ப்பாள்.
சித்தர் மனம் போல்
எந்நேரமும் நம்மை மட்டுமே எண்ணி கொண்டிருப்பாள்.
உள்ளங்கை ரேகை தேய்ந்தும்,நமக்காக அவள் உழைத்துக்
கொண்டே இருப்பாள்.
ஓய்வின்றி வேலை செய்யும் அவளோ ஓய்வூதியம்
எதிர்பார்ப்பதில்லை.
அவள் எதிர்பார்ப்பதோ கடைசி வரை தன் பிள்ளைகளின்
அன்பை மட்டுமே!

-சகாவின் சகி.

உயிரெழுத்து

உயிரெழுத்தின் உயிர் மூச்சு
முதல் எழுத்து அ.

எனை எழுதி உயிர் கொடுத்த
என் உயிர் மூச்சு நீ!

யோனி வழி நான் வருகையிலே,
ஆணி ஆரையும் வழி தனையே
எனக்காய்த் தாங்கினாய்.

பத்து திங்கள் எனைச் சுமந்து
தொப்புள் வழி உறவு தந்து
உறக்கத்திலும் உளமாரத் தாங்கினாய்.

பால் குடிக்கும் இதழ் நடுவே
பல் முளைக்க கீறி விட்டாய்.

என் பால் பல்லின் பாட்டிற்கு
பக்குவமாய் மெட்டிட்டாய்.

உன் தியாகங்களின் பிரதிபலிப்பை
என் புன்னகையில் ரசித்துக்கொண்டாய்!

எட்டாக் கனியாம் கல்வி உனக்கு
என்னை எட்டிப் பிடிக்க வைத்தாய்!

சிற்பியாய் நீ இருந்து
என்னை சிலையாய் வடித்தெடுத்தாய்.

மூக்கின் மேல் கோவம் வரினும்
என் முன் முகம் மலர்ந்தாய்!
தாயான தாயே!

நான் தாயாகும் போதும்
நம் நிமிடங்களோ நினைவை விட்டு நீங்கா!

-தே. ஷாரிகா.

கடவுள் தந்த பொக்கிஷம்

ஒரு மனிதனுக்கு எத்தனை துன்பங்கள் ஏற்பட்டாலும்,
தாயின் அன்பிற்கு முன் துன்பங்கள் அனைத்தும் தோற்றுப்
போகும்!

அம்மா!
இவ்வுலகில் அடியெடுத்து வைக்கும்
ஒவ்வொரு குழந்தையும் உச்சரிக்கும் முதல் மழலைச் சொல்

உயிர்காக்கும் மருந்து போல என்னை மருந்தாக இருந்து
காத்தாய்!
மருந்து கசப்பாக இருந்தாலும் உன் அன்பு என்றும்
இனிமையே!

ஒவ்வொரு குழந்தையின் சிறுவயதிலும் தாயால் அறிமுகம்
செய்யப்பட்ட நிலவிற்கு தெரியும் தாயிற்கு அவள்
குழந்தையின் மீது வைத்திருக்கும் பாசம்!

அன்னையே!
என்னை பத்து மாதங்கள் சுமந்த உன்னை
ஒவ்வொரு நொடியும் நான் சுமக்க வேண்டும் உள்ளத்திலும்
உள்ளங்கையிலும்!

அனைத்து குழந்தைகளும் ரசித்து கேட்ட
முதல் பாடல் தாலாட்டு ஒன்றே!

மாதா!
வாழ்க்கை பாடத்தைக் கற்றுக் கொடுத்த
என் முதல் ஆசானன்றோ நீ!

நீ அன்று எனக்கு கொடுத்த தண்டனைகள்
இன்று என்னை நல்வழியில் அழைத்துச் சென்றன.
இவ்வுலகில் படைக்கப்பட்ட ஒவ்வொரு குழந்தைக்கும்
கடவுளால் கொடுக்கப்பட்ட விலைமதிப்பற்ற சொத்து
தாய் என்ற உன்னத உறவே!

அம்மா...
உன் மடியில் உறங்கும் உறக்கத்திற்கு ஈடாக
இவ்வுலகில் பஞ்சு மெத்தை ஏதும் உண்டோ?

என் குரல் கேட்கும் முன்பே!
என் முகம் பார்க்கும் முன்பே!
என் குணம் அறியும் முன்பே!
என்னை நேசித்த அன்புக்கரசியே!

ஆயிரம் உறவுகள் அருகில் இருந்தாலும்
அன்பை மட்டும் காட்டும் உன் உறவை தேட வைத்தாய்!

வார்த்தை இல்லாத வடிவம்! அளக்க முடியாத அன்பு! என
அனைத்திற்கும் பொருந்திய மனம் உனதல்லவா?

-ர. லோஹிதா.

அன்னையின் பாசத்திற்கு
குழந்தையின் தேடல்

பத்து மாதம் சுமந்தவளே
பத்தாவது மாதம் பெற்று எடுத்தவளே
பச்சிளம் குழந்தையான என்னை
பசியோடு குப்பைத் தொட்டியில் வீசியவளே

பறபறக்கும் தெரு வீதியில்
பசியோடு நான் அழ
பால் கொடுக்க மறந்து
பார்க்காமல் போனது ஏனோ ?

உன் முகம் பார்த்ததில்லை
என் பசி அறியதவளே
ஆசிரமத்தில் வளர்கிறேன்
ஆண்டாண்டு காலம் உன் முகம் பார்ப்பதற்கு

பசிக்கு உணவு உண்டு
பாசத்திற்கு நீயில்லை
தாய், தந்தை பெயர் தெரியாமல்
வறுமையில் அனாதையாய் நான்!

கல்வியறிவும் உண்டு
கற்றறிவும் உண்டு
தாய், தந்தை உணர்வு இல்லாமல்
தாயே உன்னை தேடுகிறேன்!

இறப்புக்கு ஓர் நாள் முன்
உன் முகம் பார்க்க வேண்டும்
உன் மடியில் தலை வைத்து
நான் உறங்க வேண்டும் தாயே!

-ஈ.தவணிதன்.

அளவில்லா அன்பவள் அம்மா

உயிர்த் திரவம் கருப்பையை சென்றடைந்ததிலிருந்து
கண்ணும் கருத்துமாக காப்பவள்!
ஒன்பது மாதம் உணவை தனக்காக உண்ணாதவள்!
கனவுகளை தொலைத்தவள்!
தன் வாழ்க்கையையே ஈகம் செய்தவள்!
உழுவலன்பை உருக்கி ஊட்டியவள்!
எனக்கே கெழுதகைமை உடையவள்!
அள்ள அள்ள குறையாத அன்பின் அமுதமவள்!
பிறர் முன் தன் பிள்ளையை பெருமிதம் பேசுபவள்!
அற்றம் அகற்றி அரவணைப்பவள்!
உணர்வுகளின் ஊற்றவள்!
செய்ததையெல்லாம் சொல்லிக்காட்டாதவள்!
என்னை முனைந்து முகிழ வைத்தவள்!
ஒழிந்து நின்று ஒட்பமாக்கியவள்!
உலகை இயக்கும் இயந்திரமே!
பிரச்சனை எனும் முடிச்சுக்கெல்லாம் திறவுகோலே!
அகிலத்தின் அன்பெல்லாம் தோற்றுவிடும் உன் முன் அம்மா!

-பி.மா.வேதா.

நின்னை சரணடைந்தேன் கண்ணம்மா

அடங்க மறுக்கும் நூலிழையில்,
பனி படர்ந்த புல் நுனியில்,
ஒர் புஷ்பம் வந்து தாக்கியது
போன்ற உணர்வு.

அந்த வாயில்லா பூச்சிக்கு,
"ஆ"வென்று கத்தியது.

அவளுக்கு மகிழ்ச்சி
பரவசம் முட்டியது.
மகப்பேறு அடைந்தாள்
அந்த புண்ணியவதி.

ஒற்றை வார்த்தையில்
கிறுக்கிவிட முடியாது.
அவள் வயிற்றை கீறி எடுத்த வலியை

குட்டையோ, நெட்டையோ,
கருநீலமோ, வெண்மேகமோ,

அவளுக்கு நான்,
என்றைக்கும் எப்பொழுதும்,
"வரம் தந்த தேவதை தான்!"

"எத்தனை ஜென்மங்கள் எடுத்து வந்தாலும்
உன் மகனாக/மகளாக பிறக்கும் வரம் தருவாயாக !"

ஏழு கழுதை வயதானலும்,
அவளது கண்களுக்கு மட்டும்
நாம் என்னவோ,

நேற்று பெய்த மழையில் ,
இன்றைக்கு முளைத்த
காளான் ஆகத்தான் காட்சியளிப்போம் .

வக்கீல்கள் ஐ விட மிக
நேர்த்தியாக வாதாடுவாள்!

வெண்டைக்காய் ஐ போல் நல்ல சிவக்க வறுத்தெடுப்பாள்!

கடுகு ஐ போல் தாளித்து
கொட்டி தீர்த்துவிடுவாள்!

அன்பென்னும் அடுப்பங்கரையில் !

-பா.கவுசிகா (பார்கவி)

என் அம்மா

இறைவன் எனக்கு அளித்த முதல் உறவு அம்மா !
முகம் பார்க்கும் முன்னே என்னை மனதார நேசித்தவள் !!
பத்து மாதம் வயிற்றில் என்னை உயிராக சுவாசித்தாள் !!
உன் கொஞ்சலில் உணர்ந்தேன் நான் இன்றும் குழந்தையாக !!
நீ ஊட்டிய நிலாச்சோறு தவிர வேறு அமிர்தம் உண்டோ !!
என் கனவிலும் நீயே !! என் கண் முன்னும் நீயே !!
என்னை எப்போதும் நினைப்பதும் நீயே !!
தன்னைத்தானே கையில் ஏந்திய சிறப்புடையயவள் என் அம்மா !!
என்றும் என் உள்ளத்தில் வாழும் உன்னத தெய்வம் அவள் !!
உன் தாலாட்டை விட இன்னிசை இவ்வுலகில் உண்டோ !!
நான் அழுது என் அம்மா சிரிக்கும் ஒரே நாள் நான் இப்புவிக்கு வந்த நாள் !!
நான் படிக்க அவள் கனவை தொலைத்தாள் !!
நான் உயர ஏணிப்படியாய் மாறினாள் !!
மேடையில் நான் பரிசு வாங்கும் பொழுதும் நான் தேடும் ஒரு புன்னகை முகம் என் அம்மா !!

புன்னகை பூத்த பூவரசி அவள் !!
விடுமுறை இல்லா சமையலறையில் உள்ளவள் !!
விடுமுறை என்னும் வார்த்தைக்கு அர்த்தம் தெரியாது !!
பிள்ளைக்காக எதுவாயினும் செய்யும் திறன் உடையவள் !!
பிள்ளையின் சந்தோஷத்தை மட்டுமே நேசிப்பவள் !!
உன்னை கோட்டையில் அமர வைக்க என் சம்பள நாட்கள்
காத்துக்கொண்டிருக்கிறது !!
நீ ஒர் அதிசயம் !! உன்னில் இருப்பதோ ஆனந்தம் !!
நான் நேசிக்கும் யாரும் என் அம்மாவைப் போல் ஆக
முடியாது !!
என்னை பாலூட்டி தாலாட்டி சீராட்டி பார்போற்ற வளர்த்த என்
தாய்க்கு இக்கவிதை சமர்ப்பணம் !

- திவ்ய தர்ஷினி. ர.

இடம் கிடைக்குமா?

இருட்டில் கிடந்தேன் - சிறு
வருத்தம் உன் மேல்
என்னை தனிமையயில்
தள்ளிவிட்டாய் என்று!
புரியவில்லை நிதர்சனம்!
உனக்கு வலிகொடுத்து
வழிபிரித்து வெளியே வந்தேன்!
நீ சிரித்தாய்
நான் அழுதேன்!
அழுது - நீ அளித்தாய்
நான் பருகினேன்!
உன் உடல்சூட்டில்
உறங்கும் வரை தெரியவில்லை
இக்கலியுகத்தின் கபடம்!
பொய்யைவிட்டு பிரிந்து
அநீதியைவிட்டு அகன்று
தனிமை வாழ்வைத் தேடுகிறேன்!
கிடைக்கவில்லை!
எதிர்பார்ப்புடன் ஏங்குகிறது மனம்
மீண்டும் உன் கருவறையில்
இடம் கிடைக்குமா என்று!

- காவியா செங்கொடி.

உலகின் கருவறை

உலகின் கருவறை
உன்னதமான கருவறை
தாயின் கருவறை

தன்னிகரில்லாத
தனியறை
தைரியமூட்டும் பாசறை
தன்னம்பிக்கையை
அளித்திடும்
பளிங்கறை

எத்தனை துன்பங்கள் தான்
பெற்றாலும் தன்னைப் பெற்ற
பிள்ளைக்காக

அமனையும் தாங்கி
அளவிலாத வலி தாங்கி
இன்னலைத்தாங்கி
ஒருயிரைத்தாங்கி
பத்து மாதம்சுமந்து

பாங்காய் வளர்க்க
பத்தியம் இருந்தவளே
உந்தன் கருவறையே
எனக்கு சிம்மாசனமே

ஆகாயத்தில் பறந்திடும் கருடனைக் கண்ட
கோழிக்குஞ்சுகள்
பொங்கி எழுந்து.பொறுப்பாய் தன்குஞ்சுகள் காப்பதுபோல
என்னைக் காக்க நீயே.வலம் வந்தாயே
தாயே
உநமன் கருவறை நான் முடிசூடா மன்னனாக கோலோச்சிய
இடம்
திரும்ப கிடைக்காத பொக்கிசம்
திக்கெட்டும்
உந்தன் புகழ்பரவட்டும்

ஈன்ற தாயின் பெரிதுவக்கும்
மணத்தை அள்ளித்தரவந்த
அமுதசுரபியே
அன்பைக் அள்ளிக் கொடுத்த அட்சய பாத்திரம் தாயே..நீயே!

- கவிசு.நாகவள்ளி.

அன்புள்ள அம்மா

தவமாய் தவமிருந்து
இந்த தரணியில்
என்னை அவதரிக்க
வைத்தவள்!!

பத்து திங்களாய் என்னை
உயிராய் காத்தவளே !!

தொப்புள்கொடி அறுப்புக்குள்
ஓராயிரம் நரம்புகள் அறுந்திருக்கும் !!

ஒரு அணுவை உயிராக்கி தன் உணர்வுகளையும் பயிராக்கி
தன் ரத்தத்தை அமுதமாக ஊட்டியவள்!!

சிறகு முளைத்து நான் பறக்க தன் இறகுகளை அடைகாக்க
அர்ப்பணித்தவள்!!

என்னவென்று தெரியாமல் நீ
உன் வாழ்க்கையை தொடங்குன!!

நான் வருவேன்னு தெரிஞ்சது நந்தவனமா
பூத்துக்குலுங்குன !!

அட உன்னோட வாழ்க்கை முடிஞ்சதுன்னு அரளிக்கி சேதி
சொன்ன
என்ன பாக்கப்போரேனு
ஆடிமல்லிக்கு சேதிவஞ்ச!!

வேணுகரத திங்காம தள்ளிவச்ச
உனக்கு வேண்டாடியும் எனக்காக
அள்ளிவச்ச!!

தின்னது செமிக்காம நீ
வாந்தி வாந்தியா எடுத்த
இராவுல தூக்கம் வராம
புரண்டு புரண்டு படுத்த!!

நாக்கு ருசியறியாம நீ
மாங்காயிக்கும் சாம்பலுக்கும் பிரசாதமாக சேதி வைச்ச!!

வீட்டு வேலை தலையைத் தூக்க
என்ன வியர்வையோடு
நினையவெச்ச !!

எனக்கு காது கேட்குமுன்னு
நீ காத்துல இராகம் கொட்ட
அதநான் கேட்டு உன்ன
எட்டி உதைக்க.!!

புரண்டு படுத்தால் எனக்கு மூச்சு முட்டுமுன்னு உறக்கத்த
கூட
ஒத்திப்போட்டவளே!!

பலவகை சாப்பாட்டு ஒதுக்கி
பத்தியச் சாப்பாடு பார்த்து பார்த்து உண்டவளே !!

வஞ்சண்டையாக ஓடி ஆடுனவ
என்ன வயிற்றில் சுமப்பதாலே காலோஞ்சு கிடையில
கிடக்குறா!!

ஊசிய கண்டாலே ஒதுங்கச்
சொல்லி ஓடுவா எனக்காக
மாதம் ஒரு ஊசி போட்டு என்ன பெத்தெடுக்க துடுச்சாலே!!

வயித்துப்புள்ள தாச்சியினு
உன்ன நேரம் கெட்ட நேரம் வேலை செய்ய வெச்சாலும்
நெனப்பு பூரா என் மேல வெச்சு நெடுமரமா காத்தாலே!!

வலையோசை சத்தம் கேட்க நான் புரண்டு படுத்து எட்டி
உதைப்பேன்
வலியை தாங்கி கண்ணீர் வடித்தாயே
என் தாயே!!

மறுபிறப்பாய் வலிகள் வந்து
ஆயிரம் நங்கூரம் அடுத்தடுத்து பாய்ச்சுரத போல அடிவயிறு
கலங்குதடா ஆனந்தக் கண்ணீர் அருவியாக கொட்டுதடா!!

வெலுத்தாட ஒரு வெள்ளப்பொண்ணு
மயக்கத்துல மாண்டுப்பொறந்த
எங்கிட்ட உன்னக்கொடுக்க!!

ரத்த வெள்ளத்தில் நான் மயங்கி கிடக்க மனகுளிரும்
செய்திக்காக என் பணிக்கொடத்த ஓடச்சி நீ பிறந்த
இரத்தக்கவிச்சியோடு உன் மேல நான் கொடுத்த முத்தம்
இப்போ
ரம்மியமா இனிக்குதடா!!

மலடியா பாத்த ஊரு
இனி மகராசியா பாக்கும்
பெட்டையோ கடுவனோ
இனி என்ன பெழைக்க
வைக்குறது நீதான்!!

நான் கும்பிட்ட கொலசாமி
நா போட்ட சத்தத்துல
நாளு நிமிசத்துல
ஆஸ்பத்திரிக்கே
வந்துடுச்சே!!

உனக்கு என்னவெல்லாம்
வாங்கோனும் என்
எண்ணமெல்லாம்
இனி அப்படித்தான்!!

நல்லபடியா வளக்கோனுமுன்னு
நாளுபேரு மதிக்கோனுமுன்னு
எல்லாம் எனக்கு கிடைக்கோனுமுன்னு
உன்னோட சந்தோதைத்த எனக்கு
கொடுத்த!!

அம்மா உன்னல நான்
ஒரு உயிரான இப்போ
உன்மேலயே உயிரான!!

என்னைக்கும் நீதான்
என் கொலசாமி
மொதசாமி!

- மா.வசந்த்குமார்.

இறைவன் தந்த வரம்

இமைக்கு இமையாய்
இருந்து காத்தவளே
இதயத் துடிப்பை
இடைவிடாது தந்தவளே !

இரும்பு மனம்
எப்போதும் இல்லாதவளே
இடியே விழுந்தாலும்
இறுக கட்டிக் கொள்பவளே !

இளைப்பாற மடியென்ற
இடத்தை தந்தவளே
இன்பமொன்று தந்திட
இடைவிடாது துடித்தவளே !

இரத்தத்தை வியர்வையாய் சிந்தி
இரவும் பகலும் கடந்தவளே
இதுவும் போதாது என்றெண்ணி
இமயத்துக்கு நிகராய் உழைத்தவளே !

இன்னும் ஆயிரமாண்டுகள் என்னுடன்
இருக்க வேண்டுமென நினைப்பவளே
இதயமது வேகமாய் துடித்தாலும்
இடிந்து போய் நிற்பவளே !

இன்றல்ல என்றும் தாயே
இணைந்தே உன்னுடன் நானிருப்பேன்
இப்போதும் எப்போதும் நீயே
இறைவன் தந்த வரம் !

-*அன்புதமிழன்.*

என் அம்மா அவள்

எங்கே பார்த்தாலும் காதலர்கள்,என்னை தான்
காதல் செய்ய யாரும் இல்லை என்று
வீடு திரும்பினேன்..
காத்திருந்தால் எனக்காக சாப்பிடாமல்
என் அம்மா.!

நான் வளரும் ஒவ்வொரு நொடியும்
உனக்கு பாரம் தான்,
தெரிந்தும் சுமக்கிறாய் பத்து மாதம்
வரை அல்ல.. உன் ஆயுள் காலம் வரை.

இறைவன் எனக்கு கொடுத்த
முதல் முகவரி
உன் முகம் தான் அம்மா.

பத்து மாதம் சுமந்தாய் வயிற்றில்,
பல வருடங்கள் சுமந்தாய் வாழ்வில்,
இனி என்றுமே சுமக்க நினைக்கிறன்
என் நெஞ்சில் அம்மா.!

வயது வித்தியாசம் பார்ப்பதில்லை,
அம்மாவின் கொஞ்சலில் மட்டும்
இன்னும் குழந்தையாக!

நீ ஊட்டிய நிலாச்சோற்றை காட்டிலும்,
வேறு அமிர்தம் நான் கண்டதில்லை
அம்மா.!

கண்களை மூடி பார்த்தாலும்,
கண்களை திறந்தாலும், கனவிலும்..
என் அன்னையே..

அவள் எப்போதும் நினைப்பது
என்னையே!

தூக்கத்தில் உன்னைப் பற்றி
நினைப்பவள் காதலி
தூங்காமல் கூட உன்னையே
நினைப்பவள் தாய்.!

தமிழில் அம்மா என்ற சொல்
எப்படி வந்தது என்று தெரியாது..
ஆனால் அன்பு என்ற சொல் நிச்சயம்
அம்மாவில் இருந்துதான் வந்திருக்கும்.

என்னை நடக்க வைத்து
பார்க்க வேண்டும் என்ற ஆசையை விட,
நான் விழுந்து விடக்கூடாது என்ற
கவனத்தில் தான் இருந்தது
உன் தாய் பாசம்.

நம் உள்ளத்தின் உள்ளே வாழும்
ஓர் உன்னதமான தெய்வம் அம்மா.!

கல்லறையில் உறங்க சொன்னால்
கூட உறங்குவேன்.. அம்மா நீ
வந்து தாலாட்டு பாடினால்.

உலகிலேயே சிறந்த தெய்வம்
தாய் மட்டுமே..
உலகிலேயே மிகச் சிறந்தவர்கள்
தாயை நேசிப்பவர்கள் மட்டுமே!

-கவி கவிஞன் இரா சதீஷ்குமார்.

மனம் தேடும் அன்னையே

ஆயிரம் முறை
மெய்யில் காயம் பட்டாலும்,
முதன் முதலில்
என் உதடுகள் உச்சரிக்கும் வார்த்தை,
என்னை குருதியிலிருந்து
இரு திங்கள் சுமந்த
அம்மா என்ற உன் பெயரையே!

வேதனைகள் பல கடந்தாலும்
சாதனை பல படைத்தாயே,
உன் அன்பின் முத்தங்களிலும்
பெருக்கெடுத்த காதல்களிலும்
கற்கள் பட்டு சிதறும் கண்ணாடி துகள்களாய்,
என் துன்பங்களை சிதறடித்த
என் அன்பின் உயிரே!

உறவுகள் நிறைந்த இடமாயினும்
ஜில்லென்ற காற்றுகளும்
மேகத்தில் மெட்டுகள் முழங்க
என் மனம் தேடுகிறது
உன் அன்பின் அரவணைப்பே
என் அன்பு அன்னையே!

-மு.ஹர்ஷிணி.

அம்மா

காண கிடைக்கா
காவியமே,
கருவில் சுமந்த
ஓவியமே!

பொறுமையில் விளைந்த
புண்ணியமே
புன்னகை பூக்கும்
பொக்கிஷமே!

சினைப்பால் கொடுத்த
சித்திரமே
செவ்விதழ் பூக்கும்
முத்தமிழே!

காலம் தாண்டினும்
கடமை மாறா
காதல் போற்றிடும்
கண்மணியே!

எனக்காய் வயிற்றை
இருக்க கட்டி
இடரில் வலம் வந்த
இனியவளே !

ஐந்து புலன்களை
அள்ளித்தந்து
அன்பை வார்த்த
இலக்கணமே!

அறிவும் பண்பும்
அளவாய் புகுட்டி
அணுவில் கலந்த
அதிசயமே!

காடு மேடென
காற்றாய் திரிந்து
கல்வியை கொடுத்த
கண்ணியமே!

நெஞ்சில் சோகத்தை
நெருப்பாய் ஏற்றி
நெடி எடுத்த
நிம்மதியே!

கனத்த இதயத்தில்
கவலை மறக்க
கண்களில் தெப்பம்
அமைத்தவளே!

பந்த பாசத்தில்
நிலமாய் மாறி
பச்சை ஆடை
பூண்டவளே!

அண்டம் முழுவதும்
அனைத்திலும் நிறைந்து
அழகாய் உருவம்
பெற்றவளே!

ஐம்பூதமாய் என்னுள்
கலந்து
இதமாய் ஆட்சி
செய்தவளே!

அங்கம் இளைத்து
அடங்கி போனாலும்
அவனியில் நீ ஓர்
சரித்திரமே!

தமிழ் சங்கம் முழுதும்
நின்புகழ் பாட
என் கவிதை ஒன்றே
போதாதம்மா!

- கவியாழினி.

என் யாதுமாகிய நீ

அன்பின் சப்தம் நீ யென்றால்
அனுதினமும் செவிசாய்ப்பேன்
தெய்வத்தின் வம்சம் நீ யென்றால்
ஆராதணைக்கும் இணங்குவேன்
தன்னலமிலா வரம் நீயென்றால்
தியாகங்களில் அடைகலமாவேன்
புன்னகையின் வசம் நீ யென்றால்
குறும்புகளில் கொடையாவேன்

துணிவை துணைக்கொண்டு என் யாதுமாகி நீ ஒளிக்க
இன்பத்தில் இளைப்பாற என் இடர்களை நீ எதிர்க்க
உன் ஆற்றலை இமைக்கும்வரை மறவேனோ அம்மா!

-சி.பவித்ரா.

தாயின் தாலாட்டு

கருவில் நீ உருவாகிய நாள் முதலே
கருப்பா! சிவப்பா!
என்றெல்லாம்
கருதாமல் கண்ணும் கருத்துமாக
பாசம் காட்டி பார்த்து கொண்ட
அந்த தாயின் கருவறையில் தொடங்குகிறது
உனக்கான முதல் தாலாட்டு.

தன் பிள்ளையை நல்லவிதமாக வளர்க்க
தன் நலம் பேண மறந்து பல
துயரிலும் கடினமாக பாடுபடும் தாயின்
தன்னலமற்ற கண்களில் தோன்றுவது
தன்னம்பிக்கை யென்னும் தாலாட்டு.

அன்னையின் அருகாமையை இழந்து
தனிமையில் தவிக்கும் நேரங்களில்
தலைசாய்க்க மடி தந்து
தலைகோதி நாம் தளராமல் அரவணைக்கும்
'அம்மாவின் நூல் சேலை' தரும் அன்பான தாலாட்டு.

தனக்கு பிடிக்காததை ஏற்றுக் கொண்டும்
தனக்கு பிடித்ததை விட்டு கொடுத்தும்
தியாக சிகரமாக திகழும் மறு பிறப்பெடுத்து
நமக்கு உயிர் ஈந்த பெற்றெடுத்த தெய்வத்தை
தவறாமல் தினம் போற்றிடுவோம்!

-ரா.ராகுல்ரேகா.

பெற்றவள்

அன்பெனும் அகத்தில்
அறைகள் ஆயிரம்
அதில் அகண்டே இருக்கும்
தாய்மை எப்போதும்

பறக்கவே குஞ்சை
தாய்ப் பறவைத் தள்ளிடும்
நடக்கவே கன்றைத்
தாய்ப்பசு முட்டிடும்

தாய்மையின் இலக்கணம்
எதற்கும் ஒன்றே
இதில் விலங்கென்ன மனிதனென்ன
என அறிவாய் நன்றே

வளர்ப்பதும் , வாழ்வதும் வேறாகலாம்
நாய் என்றும் நரி என்றும் பேராகலாம்
சேயினை தொட்டால் துடிக்கும்
அவள்..

கருவினில் அதனைச் சுமந்தவளே!

- பூவிழி.

விழியின் கருவிழி அம்மா

அழுகை குரலோடு பிறந்த என்னை
அவள் அணைப்பின் மூலம்
புன்னகைக்கச் செய்தவள்,
பிறந்த நொடி தவிர இனி ஒருபோதும்
என் அழுகுரல் கேட்க விரும்பாதவள்,
அனைத்து உறவுகளையும் ஒருமுகமாய் கொண்டவள்,
எனது தடுமாற்றம் கண்டு
நான் துவண்டிடாத வண்ணம் தோழமையுடன் தோள்தட்டி
கொடுத்தவள்,
தனிமை என்னும் தீயில் என்றும் என்னை விட்டுச்
செல்லாதவள்,
என் ஆசை ஒவ்வொன்றிற்கும் வித்தாய் ஆனவள்,
பசி என்னும் வார்த்தையை உணர்ந்திட செய்யாதவள்,
என் வாழ்வில் வரமாய் வந்த தேவதை என் அம்மா
ஏழேழு ஜென்மங்கள் உன் தாயாய் நான் வந்தாலும்
இப்பிறப்பில் நீ எனக்களித்த சொர்க்கத்தை
உனக்களிக்க என்னால் இயலுமா என்பதில்
ஐயம் தான் என் தெய்வமே!
ஆனால் என்றென்றும்
என் விழி போல் இமை மூடி
உன்னை என்றும் காப்பேன் என் அன்னையே!

-என்னவனின்_ஸ்பரிசங்கள்.

உயிரிலே இடம் தந்தவள்

பெண்ணாய் பிறந்ததற்கு பூரித்துப்போக
பெண்கள் பலரும்_தாய்மை பட்டத்தால்
தரணியை வென்றதாக எண்ணுகின்றன

தாய்மை_ அத்துனை அழகு
ஒர் உடலில் இரு உயிர்களை
சுமந்து
உதைப்பதை உலக அதிசயமாய்
ஊருக்கே தண்டோரா அடித்து
அணு அணுவாய் அசைவுகளை ரசித்து
பொழுதும் முகம் அறியா என்னை
ரசித்தும் கொஞ்சியும் கனவிலே
பத்து மாதங்களும்

உயிரடக்கி உலகிற்கு அறிமுகம் செய்து
நற்பண்புகள் போதித்து
நான் வலிகள் கண்டபோதெல்லாம்
அவள் மடி தந்து மருந்திட்டாள்
அவள் வார்த்தைகள் தரும் தைரியம்
எதிலும் கிட்டியதில்லை

வயதாகா வரம் வேண்டும்
அவள் முந்தி பிடித்து நான் நடக்க!

-Maryam Ahamed Jeelani Sikkander

அன்பின் அருவி!

மதம் கொண்ட
யானையை எதிர்த்து
போரிடும் ஆடவரை
வீரர் என்று சொல்லும் நாம்!
உருபெறா நான் உன்னில்
உதித்த முதல் நொடி முதல்
உடல் உபாதைகளுடன் போரிட்டு
பிடித்தது என்று சுவைத்த
அடுத்த வினாடில் மசக்கை தோன்றிடும்
பல இரவுகள் சீரான உறக்கமின்றி களித்தாய்
உன் எலும்புகளை பிளந்து வெளிவருவேன் என்று
தெரிந்தும் அதுவே வரம் என்றே சொல்லி
காலம் முடியும் வரை என்னை
உன்னிலே சுமக்கும் உன்னை
தாய் என அழைப்பதை விட
என் தேவதை நீயே!
கஷ்டங்கள் கொடுத்த என்னை
உன் புன்னகையில் பூக்க செய்கிறாய்
அது இது என் மகளுக்கு என்றே உன்னை நீ மறைந்தாயே!
எமனை எதிர்க்கும் ஆற்றல் நான் கற்க வேண்டும்
உன்னிடமே!
உன் துணிவில் பாதியை பகிர்ந்து ஊட்டிடவே வளர்ந்தேனோ!
அன்பில் ஆண்டவனை காண் என்று சொல்லி வளர்த்தாயே!
உன் அனைப்பில் என் துன்பம் சிதறிட காண்கிறேனே!
சண்டைகள் பல இட்ட போதிலும் சலிக்காமல்
என்னுடனே தொடர்ந்தாயே உரையாடலை!
ஆகாயமும் ஆதரவற்றே போயிடும் தாய் இல்லையெனில்!

ஒன்றின் மீது நான் வைத்த நம்பிக்கை
கடுகளவும் குன்றிடாமல் என்னை ஊக்கவிக்கிறாய் நீயே!
தோல்வியிலும் தளரா மனம் கொள்!
வெற்றியில் காலின் கீழ் கர்வம் கொள்!
நான் சாதனைகள் பல புரிய எனது பாதையின் வழியில்
துணை நிற்பாயே!
நிலவாய் மாறி இருளிலும் வெளிச்சம் உண்டு விழித்து பார்
என்பாயே!
இவளின் அன்பை நான் எதைக் கொண்டு அளந்திடுவேன்!
அம்மா நீ போரினை தினந்தினம் வெற்றி கொள்கிறாய்!
என்னவென்று சொல்வதம்மா!

-*மயூரம்.*

அன்னையின் அன்பு

இப்பூவுலகில்
உயிர்களை படைக்கும்
பிரம்மனே அன்னை!

பத்து மாதம்
உதிரத்தை உணவாக கொடுத்து
எனக்கு உருவம் அளித்து
உயிரை அளிப்பவள் நீயே!

அக்குழந்தையை
படைத்த பிரம்மன்
மட்டும் நீயல்ல
அதனை காக்கும்
விஷ்ணுவும் நீயே!

நான் தடுமாறும்
போது அறிவுரை
வழங்கி ஆசானாக
இருப்பவளும் நீயே

அவனின் வழித்தடம்
மாறும் போது
அவனை நேர் வழியில்
நடத்தி செல்பவளும் நீயே!

வகுப்பறையில் கல்வி
கற்றாலும் அவன்
கல்வி கற்ற
முதல் வகுப்பறை
உன் கருவறை தான்!

இவ்வுலகமே இருளில்
மூழ்கினாலும் நான்
எப்போதும் உன்கூட
நானிருப்பேன் என
உன் கருவறையில்
நான் இருக்கும்
போதே அறிந்தேன்!

இப்பூவுலகில் எங்களை
வழிநடத்த வந்த
சிறகில்லா தேவதைதான்
அம்மா!

- மு. பெருமாள்.

அ(ஆ)ம்மா

கண்ணே மணியேன
தாலாட்டவில்லை!
ஆசை முத்தம்
கொடுத்ததில்லை!
மார்போடு அணைத்து
சீராட்டவில்லை!
மடியில் இட்டு கொஞ்சி
மகிழ்ந்ததில்லை!

ஆனாலும்,
அன்பு அன்புதானே!
நாவால் ஸ்பரிசம்
உணர்ந்து,
எச்சிலால் தொட்டு
தடவி,
முட்டி மோதும்
தன்சேய்க்கு நான்கு
காம்பால் அமுதூட்டி
நேசம் பரிமாறும்
கன்றுக்கு பசு
தாயல்லவா!

அம்மா என்பவள்
அன்பின் எல்லையாம்!
எல்லைக்கு வரையறை
வகுப்பவர், யாவரும்
உண்டோ?
இப்புவிதனில்!

-மாயாதி

அம்மா

ஆயிரம் உறவுகள்
உலகில் இருக்க
அன்னையின் உறவே
உலகமாய் இருக்கிறது
தோல்வியில் தோள்கொடுத்து
தோழியாய் உடனிருந்து
சிறந்த ஆசானாய்
அறிவுரைகள் அளித்து
என்னை செம்மைப்படுத்தும்
உள்ளம் தாயன்றோ
எனது புன்னகையில்
மகிழும் உள்ளம்
நேர்மறை சிந்தனையின்
பிறப்பிடமே!
என் உடனிருக்கும் தேவதையே!
ஆயுள் முழுவதும் உன்
அரவணைப்பில் வாழ ஆசை!

-ஆ.நித்ய கல்யாணி.

உலகின் கருவறை

சிம்மாசனம்

பல உயிரணுக்களில்
போராடி பின் உதித்ததோ,
கிடைக்காத அரிய சிம்மாசனம்!
நீரில் தத்தளிக்கும் வீட்டில்
மிதமான வெப்பம் என்னை சூழ,
அளவான சோறோடு,
சுகமான தூக்கம்!
அன்பும், பாதுகாப்பும்
நிறைந்த பாசச்சிறையில்,
அவ்வபோது கேட்கும் அன்பின் மொழி!
நடனம் ஆட உதவும்
வளையலின் கீதம்,
பத்து மாதம் மட்டுமே வசிக்கும்
விலைமதிப்பில்லாத சுதந்திர அறை!
மீண்டும் வசிக்க இயலாத
திருவறை!

உன்னை வர்ணிக்க
வார்த்தைகள் வசப்படவில்லை,
உனக்கு நிகர யாரும்
இதுவரை கிடைத்தது இல்லை,

என் வாழ்விற்கே
இலக்கணமான உன்னை
ஒவ்வொரு முறையும் நான்
அம்மா என்று சொல்லி
அழைக்கும் பொழுது
நம் அன்பின் ஆழம் தெரிகிறது!
நான் ஒவ்வொரு முறையும்
அம்மா என்று சொல்லி
அழைக்கும் பொழுதெல்லாம்,
மரத்தில் நீர் ஊற்றியது போல்
இறுகி கொள்கிறது
நமக்கான பந்தம்!

- அன்பின் சகி (சு. வசுந்தரா தேவி)

என் தேவதை

நோய் பட்டாலும் - பாயிலே
சிவனே என கிடந்தாலும் - என்றும்
என் காப்பு - பாதுகாப்பு
என் தாயே!

யார் என்ன சொன்னாலும் - எது
எங்கே நடந்தாலும் - எப்போதும்
என் உலகம் - நீ
என் தாய்

வலி தாங்கி - எனை
வழிப்படுத்தினாய் - விழியேந்தி
என் விழிகளை உறக்கமாக்கினாய்
பழி ஏதும் சேராமல் - எனை
பக்குவமாக்கினாய்

எனக்கென்று எல்லாம் - தேடினாய்
உனக்கேதுமின்றி தேடினாய் - எனக்கு
ஒவ்வொன்றாய் சேர்த்து - எனை
ஊர்க்குருவி, பருந்தாக மாற்றினாய்
உயர்வாக மாற்றினாய்
என் வாழ்வில் தேவதையானாய்

போலியாய் பேசவும் மாட்டாள்
பொய்யாக நடிக்கவும் மாட்டாள்
அவளே! என் தாய்

வார்த்தைகளால் சொன்னால் - அர்த்தமில்லை
நீ இன்றி எனக்கு - வாழ்க்கையில்லை
வனப்பும் இல்லை
வானமும் மேகமுமாய் - நாம்
நீ என் தாய்
அவளே! என் தேவதை!

-செல்வி. சிவகுமார் தேவமலர்

ஆகச் சிறந்த படைப்பு

அவளால் பிறப்பறிந்து ஞாலம் வந்தடைந்து உயிர்ப்பெற்று
உதிரத்தால் பால் அருந்தி
பசியினை ஆற்றி
வாழ்வுதனில் சுமந்து
நீண்ட இரவின் விளைவாய் தூக்கங்கடந்து
பாசத்தினால் ஏவப்பட்டு
பண்பினால் எய்தச் செய்து
துணிச்சலைப் புகட்டி
முயற்சிதனில் ரௌத்திரம் பெருக்கச் செய்து
தெளியா நிலையினைத் தெளிய வைத்து
எட்டிப் பார்த்தவை யெல்லாம்
எட்டிப் பிடிக்கச் செய்து
நற்சுவை ஊட்டிவகட்டு
அன்பெனும் ஆழியில் உருவெடுத்து
வாய்மொழிதனில் ஆளச்செய்து
என்றும் பிரம்மனின் ஆகச் சிறந்த படைப்பாய்!

- ப.ஹரிணி

எனது வாழ்வின் தேவதைக்காக

நான் இன்னும் எவ்வளவு
பிறவிகள் எடுத்தாலும்
உன் மகளாகப் பிறந்து,
உன் மடியிலே தவிழும்
பாக்கியத்தையே விரும்புகிறேன்!

எனக்காக ,
நீ செய்யும் தியாகங்கள் ,
நீ படும் துன்பங்கள் ,
நீ கொட்டும் பாசங்கள்,
அதை மறக்கவும் இயலாது ,
மறுக்கவும் இயலாது!

உன் அன்பிற்கு நிகரான
உண்மையான பாசம்
இந்த உலகில் ஏதேனும்
உண்டா? இவ்வுலகில்!

ஆயிரம் உறவுகள் இருந்தாலும்
உனக்கு ஒரு துன்பம் வரும் போது
வாழ் நாள் முழுவதும்
உன்னை தாங்கிப் பிடிக்கும்
ஒரு உறவு இருக்கிறது என்றால்
அது உன் தாய் மட்டுமே!

-நந்தினி மாரப்பன்.

என் ஆசை அம்மாவிற்கு

மழைத்துளிகள் சொட்டும் வேளையிலே!
நீர் பெருகும் தருணத்தில் என்னை
அரவணைத்து ஓலைக் குடிசையிலே ஓரமாய் நின்றாயே
அம்மா!
அன்று பட்ட துன்பம் இன்றளவும் தொடரும் அவலம் ஏனோ?
நான் இருக்கும் காலம் வரை
உனக்கு ஒரு துன்பமும் நேரவிட மாட்டேன் அம்மா!
நீ என்னை அதிகாரம் செய்யும் போது அனுசரித்துச்
சென்றேன்!
ஆனால்,
நீயோ என்னை விட்டு தூரம் சென்றதேனோ?
கண்களில் நீர் சூழ்ந்தது ,
காணாத உன்னை கண்கள் தேடுகிறதே அம்மா!
எனக்கு இருந்ததோ ஒரு மனம் தானே அம்மா!
அதையும் நீயே கொண்டு சென்றுவிட்டாயே!
ஒரு ஜடமாகத்தானே இருக்கின்றேன் அம்மா!
என் ஆசை,கனவு எல்லாமும் நீதானே அம்மா!
நீயோ என் ஆசையை கொண்டு சென்றாய்!
அதனால் நானும் என் ஆசையை தேடி
உன்னிடமே வந்துவிட்டேன் அம்மா!

- வே.கனிமொழி.

இவள் உருவில் என் ஆன்மா

நான்தான் உன் குழந்தை என தெறிந்த
அந்த நிமிடத்திலிருந்து நீ உன்னையே மறந்துவிட்டாய்!
தன் ஆசையை புதைத்து என் ஆசையை நிறைவேற்றிய
முதல் தெய்வம் நீயம்மா!
நீ தலைகுனிந்து என்னை தலைநிமிரச்செய்த
வெண்மேகமாய்
தன்வாழ்க்கையை போதித்து என் வாழ்க்கையை
நிலைநாட்டிய தியாகி நீயம்மா!
ஒவ்வொரு மணித்துளியும் என்னைப்பற்றிய சிந்தனையை
புதைத்து
உன் சிந்தனையை அழித்து விட்டதேனம்மா!
போதும் உன்னுடைய அற்பணிப்பு!
இத்தனையும் செய்து விட்டு என்னை குற்றவாளியாக
பதித்துவிட்டதேனம்மா!
கடன்காரியாக!
கடன்தீர மறுஜென்மமும் வேண்டுமம்மா!
மகளாக அல்ல உன் தாயாக!

-தர்ஷினிசிறகுகள்.

தாயின் தியாகம்

அன்னையே!
என்னை பத்து மாதம் சுமந்து பெற்றெடுத்தவளே!
என் முதல் அழுகையைப் பார்த்து அகமகிழ்ந்தவள் நீ
எனது பிறப்பு உனக்கு மறுபிறப்பு அல்லவா?
தொப்புள்கொடி உறவு தொடுக்கிட்டுப்போனது
யான் அகிலத்தில் கால்நனைத்தபோது
ஒர் உயிராய் இணைந்த நாம்!
ஈர் உயிராய் மீண்டும் பயணிக்க ஆரம்பித்தோம்
அன்னையே!
அதிகாலை சென்று அயராது உழைத்து
அந்திமாலையில் வீடு திரும்புவாய்!
உனது வாழ்க்கையை தொலைத்து
என் வாழ்க்கையை பிரகாசமாய் மாற்றி தந்த அன்னையே!
உனக்கு காலை உணவு கால்வாசி!
மதிய உணவோ மாயையாய் போக..
இரவின் நேரமும் எனக்கு ஊட்டி விட்டு
உன் பசியை மறந்தேவிடுவாயே!
பலர் பழி சொல்லில் விழுந்தும்
என்னை ஒளி சாலையில் நடக்கவிட்டாயே!
நீல நிறத்தில் கைநாட்டு போடுகிற நீ..
பச்சை நிறத்தில் கையெழுத்துயிட உயர்த்திவிட்டாயே!
ஓர் உயிர் ஈர் உயிராய் பிரிந்த நாம் என்றோ ஓர் நாள்
முழு உயிரையும் பிரிவேன்
அன்று வரை எனக்கு உன் அன்பு மட்டுமே வேண்டும் அம்மா!

- மு.மாரிச்செல்வி

தரணியாழும் தாயவள்

என் காலம் தொடங்கிய நொடி
எக்காளம் முழங்கியது தாயவளின் மடி
கொடிச் சுற்றிப் பிறந்ததால் - தாய்
மாமனுக்காகாது எனச் சொன்னவங்கமுன்னே - என்
குலசாமிக்கே கொடூரம் செஞ்சிட
குழந்தையாக குவலயம் வந்திட்டேனோ ?

கட்டினவன் சரியில்லாமல் போக
குட்டியெனக்கு பசி வாட்டம் கூடாதுனு
தட்டிப்புகுந்த தாத்தா வீடு - தூசு
தட்டியெடுத்த கையிலே ஏடு !

குடிக்க பாலுக்கென அழுத எனக்காக
ஒடுங்கி ஊருக்கென ஒதுங்கி நிக்காம
வடிக்க காண்ணீருக்கும் நேரம் தராம
படிக்க வச்ச பசும்பொன்னு நீ !
இளமைவாடா பருவமதிலே
இருண்ட காளைகள் மத்தியிலே பக்குவமாய்
இமயமே!இயலாதென்பது உன்
அத்தியாயத்திலே இல்லையென்றாயே !

முதலெழுத்து இல்லா தங்கமே - உன்
தலையெழுத்தை தரணி போற்றுமே என
தன்சுகமறியாது வாழ - என்
சுயமரியாதைக்காய் தேய்ந்த சூரியனே !

தடம்மாறிப் போனா
தகப்பனில்லாத பிள்ளைனு
தரங்கெட்டு பேசிடும்னு
தாயுன்ன தவறாக ஏசிடும்னு
தரணியிலே தனியிடம் பிடிச்சிடனும்முன்னு
தளராம ஓடுறேன் நானும் தாகத்தோட !

படைத்த பரமனின் துணையோட
பங்கேதுமில்லன்னு பறந்தவங்க முன்னால
பார் போற்றி பாடும்படி
எனைப் பெற்றப் பாக்கியமே !
நீ பட்டப் பாடுகளுக்குப் பரிசாகப்
பாவியெனது படைப்புகள்தான் - உன்
பாதங்களுக்குப் பொருத்தமாக !

- த. சிந்துகவி.

அன்பின் பிம்பமே அம்மா

உன் குரல் என்னைத் தாலாட்ட!
உன் சிரிப்பில் நான் மலர!
உன் உயிர் எனதாக !
உன் இரத்தம் நானாக!
நான் உன் மடி தவழ!

என் இப்பிறவி புனிதமானதே!
அம்மா

எனைத் தீண்டும் தென்றல் நீ!
எனை அல்லும் அலை நீ!
என் குளிர் நீக்கும் தீ நீ!
உனது அன்பில் நான் அடிமை!
உனது இசையில் எனது உறக்கம் அம்மா!

-வி. யோகநந்தினி.

காரிகை

பெண் தன் உருவத்தில் பரிமாற்றம் அடைந்தாள் , அவளே
பின்னே தாயாய் உருவம் பெற்றாள்
இன்னொரு உயிரை சுமக்கையிலே வாழ்க்கையின் அர்த்தம்
உணர்ந்தாள்

கருவில் இருந்த என்னை உன் எண்ணத்தால் இணைத்தவள் நீ
அம்மா என்று உரைத்தாலே உதடு மட்டும் இல்லாது
உள்ளமும் தித்திக்கும்

எந்நாளும் ஓய்வின்றி என் நினைவை சுமக்கும் உயிர் உள்ள
அழகிய ஓவியம் அவள்
நான் இழைத்த தவறுகளைக் கூட மன்னித்து என்னை
ஆசிர்வதிக்கும் தெய்வம் அவள்

உடலை விட்டு உயிர் பிரிந்தாலும் என் மீது அவள் கொண்ட
அன்பின் அளவு என்றுமே குன்றாது, அவளின் கரங்களும்
ஆபத்திலும் என்னைக் காக்க மறவாது...

-Dhayaalini Gunasaigaran

புதிதாக வேர்விடட்டும்

மக்கள் தொகைப் பெருக்கம்
வாகனங்களின் நெருக்கம்
சாலைகள் அகலமானது
பன்னெடுங்காலமாய் வளர்ந்து
மண்ணுக்கு நிழல்தந்து குளிர்வித்த
நெடு மரங்களை
மூடி வைத்து விட்டார்கள்
மூச்சுமுட்டி இறக்கட்டுமென்று
முதுமக்கள் தாழியில்

மழையால் பெருக்கெடுத்த வெள்ளம்
திசை மாறிப்போனது
வழி ஏற்படுத்திய வள்ளல் பெருமக்கள்
கரையோரம் வீற்றிருந்த
கனமான நெடும் மரங்களை
தூர் வருகிறேன் என்று
தூக்கி எறிந்து விட்டார்கள்
எரிந்து கொண்டிருக்கிறது
எறிந்த மரங்கள்
ஆடம்பர மாளிகையில் விறகுகளாக

வணிகத்தின் வளர்ச்சி
ஆலைகளும் அலுவலகங்களும்
மண்ணில் முளைத்தன வெகுவாக
எழிலாக நின்றிருந்த
மரங்களை மறைத்துக் கொண்டன
சில நாட்களில்
எங்கு தேடியும் கிடைக்கவில்லை
சுவடுகள் இல்லாமல்
மண்ணுக்குள் மறைந்து போனது

நாகரீக கரையான்கள்
பழமரபுக் சின்னங்களின் வேரை
கொஞ்சம் கொஞ்சமாக அரித்துவிட்டது
மழை தந்த மரங்கள்
வேரோடு சாய்ந்து விட்டன
வெட்டி இருந்தால் கூட துளிர் விட்டிருக்கும்
வேரோடு சாய்த்ததனால்
தாயோடு சேயாக
மண்ணோடு கலந்து விட்டது

அரசாங்கத்தைக் குறைசொல்லி
ஆளுக்கொரு திசையாய்த் திரிவதை விட
அங்கொன்றும் இங்கொன்றுமாய்
ஆளாளுக்கு ஒரு விதை எடுத்து
மண்ணுக்குள் புதைத்து வையுங்கள்
உலகின் கருவரைக்குள்
புதிதாக வேர்விடட்டும்

                    -அன்புவேல் வர்மன்

வலிகளை வென்றவள் அம்மா!!

நேரங்கழிச்சு தூங்கினாலும்
நேரத்தோட எந்திரிப்ப அதிகாலையில,

ஓயாம வேலை செய்யும் உன்ன நான் ஓய்வெடுத்து
பார்த்ததில்லை,
கால் வலிக்கின்ற போதெல்லாம்
கை வலிக்க கால் அழுத்துவ,

உன் புள்ள உன் சாயலுனு ஊரார் சொல்லயில கள்ளத்தனமா
சிரிச்சிடுவ.

உன்னோட கவலையெல்லாம் உனக்குள்ள வச்சுக்குவ
கவலைப்படாம இருக்கணும்னு
எங்க மனச தேத்திடுவ!

பெத்தெடுத்த புள்ளையோட நிறுத்தாம
பேரப்பிள்ளையையும் வளர்த்திடுவ,

பாசத்தை மட்டுமே காட்டுற எங்கிட்ட!
கடுகளவு கூட வேசமில்ல உங்கிட்ட!

உயிர்உள்ளம் கொண்ட உன்ன போல பெண்ணை
பாரில் எங்கும் பார்த்ததில்லை!

-வெற்றி
